रमेश बालसेकर
यांची मार्गदर्शक तत्त्वे

रमेश बालसेकर
यांची मार्गदर्शक तत्त्वे

गौतम सचदेवा

अनुवादकः
श्रीकृष्ण दीक्षित

YogiImpressions®

YogiImpressions®
POINTERS FROM RAMESH BALSEKAR
(in Marathi)
First published in India in 2014 by
Yogi Impressions Books Pvt. Ltd.
1711, Centre 1, World Trade Centre,
Cuffe Parade, Mumbai 400 005, India.
Website: www.yogiimpressions.com

First Edition, April 2008
First Hindi printing: March 2013
First Marathi printing: March 2014
First reprint: May 2015

Copyright © 2008 by Gautam Sachdeva

All rights reserved. This book may not be reproduced in whole or in part, or transmitted in any form, without written permission from the publisher, except by a reviewer who may quote brief passages in a review; nor may any part of this book be reproduced, stored in a retrieval system, or transmitted in any form or by any means electronic, mechanical, photocopying, recording, or other, without written permission from the publisher.

ISBN 978-93-82742-17-3

"चेतनाच सर्व काही आहे"
— रमेश बालसेकर

विषय सूची

प्रस्तावना ix

परिचय १

सत्य १७

आनंद २१

ना-कर्तेपणा २५

प्रारब्ध ३१

स्वतंत्र इच्छा ३५

अद्वैत ४३

अहंकार ४९

विचार आणि वैचारिक पद्धत ५३

अहंकारयुक्त प्रतिक्रिया आणि (जीवशास्त्रीय) नैसर्गिक प्रतिक्रिया ५७

कृतिशील मन आणि वैचारिक मन ६१

साक्षात्कार ६५

आत्मपरिक्षण ७१

मुख्य स्त्रोताशी संलग्न राहाणे ७७

प्रार्थना ८१

समारोप ८७

आभार ९३

प्रस्तावना
रमेश बालसेकर

जेव्हा गौतमने मला सांगितले की त्यांनी एक पुस्तिका लिहिली आहे ज्यामध्ये माझे विचार मांडले आहेत. त्यांनी मला विचारले त्यावेळी "ओहो! ज्याची बराच वेळ मी प्रतीक्षा करत होतो ते शेवटी घडलेच!" अशी माझी उत्स्फूर्त प्रतिक्रिया झाली.

ह्या विषयात गौतमला उपजतच रस होता. आमच्या सहवासाच्या सुरूवातीपासूनच मला स्पष्टपणे जाणवत होते की गौतमसाठी हे ज्ञान म्हणजे नुसती जागृति नसून पूर्णावस्थात मुक्ति होती.

तो एक व्यक्ति नसून एक मशीन (यंत्र) आहे असे त्याला सांगितले त्याबद्दल त्याला काही विशेष आश्चर्य वाटले नाही. या संदर्भात मला फार पूर्वी वाचलेली एक गोष्ट आठवली. एका बहुराष्ट्रिय कंपनीला उच्च पदस्थ व्यक्तिंची नेमणूक करावयाची होती. त्या नेमणूकीच्या कामात त्या कंपनीला कोणत्याही प्रकारचा थोडासाही गैरव्यवहार अपेक्षित नव्हता आणि ह्या नेमणूका पूर्णपणे निःपक्षपातीपणे करण्याची इच्छा होती. यासाठी त्यांनी ह्या कामाला एका खास यंत्रमानवाची योजना केली. एक इच्छूक त्याची मुलाखत एक 'यंत्रमानव' घेत आहे हे विसरला आणि

एका मुद्यावर उलटसुलट मते मांडताना एकदम मोठ्याने ओरडला "तू मूर्ख आहेस." यंत्रमानव उत्तरा दाखल म्हणाला "माझ्या मित्रा असे असेलही कदाचित! पण हे तुझ्या पूर्ण लक्षात असू दे कि नोकरीसाठी तुझी मुलाखत चालू आहे."

मला असे वाटते की गौतम सचदेव यांचे हे पुस्तक वाचकाला अतिशय आवडेल व मागे वळून पाहताना (परत विचार करताना) आश्चर्याने तो म्हणेल 'खरंच, म्हणजे हे पुस्तक कोण वाचत होता?'

– रमेश एस्. बालसेकर
२४ फेब्रुवारी २००८

परिचय

मला आठवते त्याप्रमाणे फेब्रुवारी २००० मध्ये सर्व प्रथम मी रमेश बालसेकर यांचे व्याख्यान ऐकले. मला हे खरोखरच कळत नव्हते कि हे सर्व काय गौडबंगाल आहे. मला त्यांच्या श्रोत्यांच्या एका गटाकडून येवढेच माहीत पडत होते कि सर्वकाही घडते ते ईश्वराच्या इच्छेप्रमाणेच घडते. या नंतर मी काही रविवारी तेथे जाणे चालू ठेवले हे पहाण्यास की इथे काही हुकले तर नाही ना ! आणि मी एका निष्कर्षाप्रत येऊन पोहचलो. मला याचे आश्चर्य वाटत होते की लोक हे साधे विचार ऐकण्यास वेगवेगळ्या ठिकाणाहून येथे का जमतात. एका मागोमाग एक रविवार मी तेथे जाणे चालू ठेवले आणि त्यांच्या शिक्षणातून सांगितली जाणारी काही तत्त्वे आत्मसात केली.

मला हे स्पष्टपणे जाणवत होते की माझे आयुष्य घडवणाऱ्या अशा अनेक घटना, मी काहीही करत नसताना आपोआपच घडत होत्या. मी १४ वर्षांचा असताना माझे वडील वारले. ही घटना घडली. तसेच अशा दुसऱ्या घटनेमुळे अशी परिस्थिती तयार झाली की मी २४ वर्षांचा असतानाच मला सर्व कामाचा कारभार हाती घ्यावा लागला आणि ज्यात

माझ्यापेक्षा वयाने मोठ्या असलेल्या ३० कामगारांच्या गटाला मार्गदर्शन करावे लागले. अशा परिस्थितीत कंपनीमधील कामगारांनी कंपनी सोडून दुसरा धंदा सुरू करण्याचा निर्णय घेतला होता. ही परिस्थिती काही मी स्वतःहून ओढवून घेतली नव्हती तरी ती घडलीच!

मला आठवते की किशोरवयात असताना अशा अनेक ठिकाणी परिस्थितीला मी सामोरा गेलो आहे जसे की परीक्षेच्या निकालाची वाट पहाताना मी स्वतःच परत परत हे म्हणत असे.

१) काळजी करत बसण्यात काहीच तथ्य नाही – कारण जी घटना घडणारच आहे ती कितीही काळजी केली तरी घडणारच.

२) आणि जर ती घटना घडणारच नसेल तर काळजी करण्यात प्रचंड वेळ फुकट दवडण्यात काय अर्थ आहे?

अर्थात त्या वयात मनाला हे संयुक्तिक वाटले तरीपण त्याप्रमाणे माझे वायफळ बोलणे कमी झाले नाही किंबहुना वाढले व त्या दोन संयुक्तिक गोष्टी मन एखाद्या मंत्राप्रमाणे वारंवार उच्चारीत राहिले. 'समजणे' हे मनाव्यतिरिक्त दुसऱ्या ठिकाणी असते. कारण मन हे आपलीच शेपटी पकडण्याचा प्रयत्न करणाऱ्या कुत्र्याप्रमाणे असते. अनेक वर्षानंतर रमेश यांच्या शिकवणीशी संबंध आल्यावर 'बौद्धिक समजणे' व 'अंतर्यामी समजणे' असे जे ते सांगत असत त्या मधील फरक जाणवू लागला.

एखाद्या शिकवणीची किंमत, त्या शिकवणीमुळे एखाद्या

व्यक्तिच्या दररोजच्या वागण्यात / जीवनात / वर्तनात किती व कसा फरक होतो त्यावर अवलंबून असते. माझ्या आयुष्यात मी असे असंख्य प्रसंग अनुभवले की या शिकवणीमुळे माझ्या आयुष्यातील परिस्थितीबद्दलच्या माझ्या जाणीवांची पातळी सुसंगतपणे बदलत होती.

याबद्दलचे एखादे लहानसे उदाहरण द्यायचे तरः काही महिन्यापूर्वी परदेशातून आलेल्या माझ्या एका मैत्रिणीला तिच्या ११ वर्षांच्या मुलीसह हस्तकलेच्या वस्तूंच्या दुकानात काही खरेदी करण्यासाठी गेलो. त्या मुलीला तिच्या मित्र-मैत्रिणींसाठी बक्षीस देण्याकरता काही वस्तुंची खरेदी करायची होती. त्या मुलीच्या आईने मला आधीच सुचना केली की ती मुलगी स्वभावाने जरा चंचल आहे व लागलीच निर्णय घेऊ शकणार नाही. तिला ह्यासाठी थोडा जास्त वेळ लागू शकतो म्हणून तुम्ही न थांबता घरी गेलात तरी चालेल. आम्ही नतर येऊ. मी मात्र तेथेच थांबण्याचा निर्णय घेतला कारण त्यांना परत घेऊन जाण्यासाठी माझी जरुरी होती. मी निरीक्षण करत होतो कि ती मुलगी कपाटाकडून काउंटरपर्यंत वारंवार येत जात होती आणि भेटवस्तु बदलत होती. यामुळे तिला आनंद न होता त्रासच होत होता हे तिच्या कपाळावर पडणाऱ्या आठ्यांमुळे मला कळत होते. कुठल्या भेटवस्तु घ्याव्या याचा तिला संभ्रम होत होता व त्याबद्दल ती निर्णय घेऊ शकत नव्हती. रमेश यांच्या म्हणण्याप्रमाणे हे अगदी स्पष्ट होते कि निर्णय न घेण्याची तिची कृति ही तिची कृति नव्हती कारण ते तिच्या जनूवर ('जीन्स'वर) अवलंबून होते. एखादी व्यक्ति निर्णय का घेऊ शकत नाही? या घटनेबद्दल राग किंवा संताप येण्याऐवजी दया येणे हे त्या घटनेकडे बघण्याचा दृष्टिकोन बदलल्यामुळे होते.

एखाद्याची प्रतिक्रिया कशी बदलते याचे मला आश्चर्य वाटले. त्या मुलीच्या अशा वागण्यामुळे मला राग येईल असे तिच्या आईला वाटून तिला त्रास होईल या कल्पनेने मी तिच्या आईला सर्व काही ठीक असल्याचे सांगितले. या तशा कमी महत्वाच्या प्रसंगामुळे एखाद्या घटनेकडे बघण्याचा दृष्टिकोन दररोज उद्‌भवणाऱ्या परिस्थितीवर कसा परिणाम घडवतो हे मला उमगले.

काही वर्षांनंतर आध्यात्मिक पुस्तके प्रकाशनाचा धंदा आम्ही सुरू केला. आकस्मिकपणे म्हणा कदाचित् ! कुंडलीनी जागृतिसंबंधी रंगीत आकृत्यांसहीत तयार केलेले माझ्या आईचे हस्तलिखीत प्रकाशित करण्यास बरेच लोक नाकारत होते. या पुस्तकाच्या प्रकाशनाची जोखीम कोणीही घेत नव्हते. म्हणून आम्हीच ते प्रकाशित करण्याचे ठरवले आणि त्यातूनच आमची प्रकाशनाची संस्था सुरू झाली. मला त्यावेळी असे वाटलेसुद्धा नव्हते कि पुढे पाच वर्षांपेक्षा जास्त ही संस्था चालेल आणि रमेश यांच्या पुस्तकांबरोबर आणखीनही काही पुस्तके आम्ही प्रकाशित करू शकू. आध्यात्मिक आणि विशिष्ट जीवन पद्धतीचे लिखाण प्रसिद्ध करणाऱ्या एका अग्रेसर दैनिक वर्तमान पत्राने माझी मुलाखत घेतली. दूरध्वनीच्या पलिकडून "भविष्यात तुमचा धंद्याचा प्लॅन काय आहे?" असा प्रश्न ऐकून मी उत्तरलो, "फक्त ते त्या परमेश्वरालाच माहीत असेल!" त्याना वाटले की हे मी विनोदाने बोललो! जेव्हा मी स्पष्टीकरण केले कि खरोखरच ते मला माहीत नाही. कारण ही संस्था प्रचलित पद्धतिप्रमाणे स्थापन झाली नव्हती. हे मी विनोदानेच म्हणतो आहे असा त्यांचा ग्रह झाल्यामुळे त्यांनी दूरध्वनी बंद केला.

माझ्या आयुष्यात घडणाऱ्या घटना व प्रसंग मी अशासाठी सांगितले की तुमच्या जीवनातील प्रमुख घटनामुळे, मार्ग बदलणाऱ्या प्रसंगांमुळे तुम्ही सध्याच्या परिस्थितीत आहात. या घटना जर घडल्या नसत्या तर तुम्ही आज आहात त्या परिस्थितीत नसता. तुम्ही तुमच्या अवतीभवती असणाऱ्या मित्रांना बघा. त्यातील बहुतांश मित्र अचानक घडलेल्या घटनामुळे तुमचे मित्र बनले नाहीत का ?

जीवन आपोआपच घडत असते. माझ्या पहिल्या भेटीनंतर काही महिन्यांपर्यंत रमेश हेच सांगत असल्याचे ऐकत होतो. माझ्या मते श्वास आपण घेत नाही तर तो आपोआपच घेतला जातो. यामुळे न-कर्तेपणाचा आणखीन पुढे कोणताही विचार माझ्या मनात येण्याआधीच तो विचार विरून गेला. दैववादी तत्त्वज्ञानाबद्दल मला वाटणाऱ्या शंका रमण महर्षिंच्या उपदेशानंतर माझ्या मनातून पूर्णपणे नष्ट झाल्या. महर्षि असे सांगत कि "प्रत्येकाच्या जन्माचा उद्देश तुमची इच्छा असो किंवा नसो तो पूर्ण होत असतो. उद्देशाला त्याचा त्यालाच पूर्ण होऊ द्या."

लवकरच प्रत्येक रविवारी रमेश यांना भेटण्याची ओढ व सवय मला लागली. खरे तर माझ्या दुसऱ्याच भेटीत रमेश यांनी मला सांगितले की माझी उपस्थिती ही दर रविवारी चर्चमध्ये जाण्यासारखी असू नये आणि नेमके तेच घडले पण ह्या चर्चमध्ये चेतना हाच तिथला परमेश्वर होता. प्रथम त्यांच्या सत्संगामध्ये भाग घेतला. त्याला आठ वर्षे उलटून गेली. या काळात मला त्यांची शिकवण अगदी साधी, सोपी, सुसुत्र व मुद्देसूद अशीच वाटली. जसे त्यांनी एका अलिकडच्या सत्संगात सांगितल्याप्रमाणे

'माझ्याकडे तुमच्या प्रत्येक प्रश्नाला उत्तर असेल. कदाचित ते तुम्हाला पटणारे नसेलहि पण माझ्याकडे तुमच्या प्रश्नाला उत्तर असेल, असे कां? तर मला सुद्धा तुमच्यासारखेच प्रश्न पडले होते आणि त्यात माझ्या स्वतःच्या अनुभवावर आधारित निष्कर्षाप्रत मी पोहचलो होतो.

ते फक्त त्याच त्याच गोष्टी वारंवार वेगळ्या वेगळ्या तऱ्हेने सांगत असत तरी मी तेथे परत परत आकर्षित होऊन जात होतो. याचे मला आश्चर्य वाटत होते. याबद्दल मी जेव्हा त्यांना विचारले त्यावेळी त्यांनी मला सांगितले की जसे आवडीचे गाणे तुम्ही कंटाळा न येता वारंवार ऐकता त्याप्रमाणेच हे आहे आणि त्यांचे हे म्हणणे मला खरोखरच मनापासून पटले.

मे २००७ साली मी भारतातील एका प्रसिद्ध धार्मिक मासिकांत (लाईफ पॉझिटीव्ह) रमेशांच्या ९० व्या वाढदिवसानिमित्त एक लेख प्रसिद्ध केला होता. हा लेख वाचकांच्या पसंतीस उतरलेला पाहून मला समाधान वाटले. त्यामुळे रमेश यांनी मला सुचवले कि हा लेख लहानशा पुस्तकरुपाने छापून सर्वांना वाटावा. ही कल्पना बराच काळ दुर्लक्षित राहीली आणि अगदी अलिकडे माझ्या मनात असे विचार आले कि त्यापूर्वीच्या विचारात मी गेले आठ वर्षे जे ऐकले व जे त्यांच्या शिकवणीचे सार म्हणता येईल अशा विचारांची भर घालून पुनर्लिखाण करावे.

लगेचच मी माझा लॅपटॉप घेतला आणि आश्चर्य म्हणजे त्यांचे सर्व तत्वज्ञान या लहानशा पुस्तकात समाविष्ट करण्यात मी यशस्वी झालो. काही ठिकाणी त्यांची पुस्तके, सी.डी. / डी.व्ही.डी.

वगैरेंचा आधार घ्यावा असा विचार मी केला पण ही गोष्ट अनंत वेळेपर्यंत मनाला सतत गुंतवून ठेवणारी अशी अंत नसणारी होईल असे माझे मत झाले. म्हणून मी त्यांची फक्त एकच ऑडिओसीडी ऐकण्याचे ठरवले कि ज्यामुळे मला त्यांचा सत्संगात जो आवाज मी ऐकत होतो तो आवाज परत आठवेल. यानंतर माझ्या स्मरणात असलेले सर्व काही मला आठवले आणि ते मी लिहून ठेवले.

काही वर्षांत रमेश यांनी अधिक-उणी पन्नास पुस्तके लिहिली. यातील काही त्यांनी स्वतः आपल्या स्वहस्ताक्षरात तर काही शिष्यांना भाषणातून सांगितलेल्या विचारांतील काही भाग यांचा समावेश असलेली होती.

तथापी त्यांच्या सत्संगातील कोणती गोष्ट मला भावली असेल तर तो म्हणजे त्यांनी वापरलेली अगदी साधीसोपी भाषा आणि त्यांच्या तत्त्वांचे पायरी पायरीने विश्लेषण करुन शिष्यांना ती समजवणे व एका मागोमाग येणारी सुसंगत अशी लहान लहान वाक्ये त्यांना तर्कसंगत निर्णयापर्यंत येण्यास अशा तऱ्हेने मदत करणे ही होय. त्यांच्या प्रातःकाळच्या प्रवचनाचा पुनः प्रत्ययाचा आनंद मिळावा म्हणून हिच पद्धत मी येथे वापरली आहे. या सर्वांमध्ये प्रवचनातील सत्यावरच त्यांचा जास्त भर असे.

या पुढील पानात मी हेच विषद केले आहे कि त्यामुळे वाचकाला रमेश यांच्या बरोबरच्या एखाद्या सत्संगात सांगितलेल्या शिकवणीचा अनुभव यावा.

तुम्ही त्यांच्या सर्व विचारांशी कदाचित् सहमत असाल आणि त्यामुळे तुमच्यात बदल घडेल किंवा त्यांचे काही विचार तुम्हाला पटतील व काही तुम्हाला पटणार नाहीत तरी देखील तुमची जीवनातील घटनांकडे/परिस्थितीकडे बघण्याची दृष्टि बदलू शकेल किंवा सर्वच विचारांशी तुम्ही सहमत होऊ न शकल्यामुळे हे पुस्तक खिडकीबाहेर भिरकावून द्याल. पण रमेश असे सांगतात कि यातील कोणतीही घटना घडली तरी ती एक घटना आहे आणि ती परमेश्वराच्या इच्छेप्रमाणे व तुमच्या दैवाप्रमाणे घडत असते.

आणि शेवटी मी त्या परमेश्वराला वर स्वर्गांत स्मित हास्य करत असल्याची कल्पना करतो कारण सर्व काही त्याच्या इच्छेप्रमाणे घडते असे रमेश त्यांच्या शिष्यांना नेहमी सांगत असत. ही शिकवण समाजातील सर्व थरांतील लोकांना आकर्षित करत असे – वकील, सैनिक, धर्मगुरु, उद्योगपति, नट, रोग बरे करणारे, परिचारिका, कलाकार – हे सर्वच रमेशांकडे आकर्षित होतात आणि प्रारब्धाच्या या समर्थकां-बरोबर समाधान अनुभवतात. अगदी एका आईपासून, जीचा मुलगा अपघाती मरण पावला होता ते ती मान्यच करत नव्हती आणि सहलीला गेले असताना अपघात झाल्यामुळे सहलीच्या आयोजकांना दोष देत असलेली, लढाईमध्ये शत्रूच्या सैनिकाला मारल्याचा गुन्हा तो न विसरणारा – एका जगप्रसिद्ध संगीतकाराला त्याच्या व्यवस्थापकांनी त्याच्या सर्व संपत्ती लुबाडणाऱ्या संगीतकाराप्रमाणे, असे अनेक साधक.

परिचय

रमेश यांच्यात या वयातही प्रचंड उत्साह असल्यामुळे जवळ जवळ ते दोन तास त्याना भेटायाला येणाऱ्याशी बोलत असतात. एका रविवारी सकाळी ९ वाजता एका नास्तिकाने त्यांचा दरवाजा ठोठावला, आत आला आणि रमेशांच्या समोरच्या आसनावर बसला. बसता बसता "नास्तिक हा ईश्वराच्या इच्छेमुळेच नास्तिक बनतो" असे म्हटल्याचे त्यानी ऐकले. मुमुक्षु येतात, काही जण प्रश्न विचारतात आणि त्यावेळी काहीजण नुसते ऐकत बसतात. येवढ्यात जवळच्या गल्लीतून एका वाहनाचा हॉर्न वाजल्याचा आवाज खोलीमध्ये शिरला आणि परमेश्वरच त्या चालकाच्या जागी बसला आहे असे उद्‌गार रमेशांनी काढले.

आता जवळ जवळ ९१ व्या वर्षी नियतीचा हा पुत्र म्हणतो तो त्याच्या निजधामाला जायला तयार आहे आणि त्याच्या मागे येथे काय घडेल ह्याची त्याला पर्वा नाही. अलिकडेच त्यांनी असा टोमणा मारला होता कि "मला भूतकाळाबद्दल वाईट वाटत नाही आणि भविष्याबद्दलही काही अपेक्षा नाहीत. मला कशातच काही वाटत नाही" आणि हास्यानी खोली भरून गेली. त्यांच्याकडे येणाऱ्यांना त्यांच्या मार्फत ईश्वराची शिकवण ऐकण्यास मिळावी म्हणून त्यांच्या शरीर-प्रकृतिची काळजी जाणीवेने उत्तम तऱ्हेने घेतली आहे. परमेश्वर रमेश यांच्याशी बोलताना मला हे स्पष्ट ऐकू आले कि "माझ्या पुत्रा! हे कार्य तूं उत्तम प्रकारे केलेस." पण नंतर मी रमेश यांना खोडकरपणे हसताना पाहिले आणि ते परमेश्वराला उद्देशून म्हणत होते, "तु काय माझी थट्टा करत आहेस का?" कारण त्यांना हे माहित आहे कि हे काम त्यांनी केलेले नाही. ते आपोआपच घडले.

"घटना घडतात, कृत्ये केली जातात. पण कुठल्याही कृत्याचा कर्ता नसतो."

– भगवान बुद्ध

"अज्ञानाचा नाश झाला कि दुःख संपते."
– भगवान बुद्ध

सत्य

सत्य म्हणजे काय ? जे कोणीही नाकारू शकत नाही ते सत्य. या परिमाणाने तुमचे अस्तित्व हेच एक सत्य आहे. व्यक्तिभावरहित तुमचे अस्तित्व – "मी आहे" "मी अस्तित्वात आहे" तुमची सर्व स्मरणशक्ति जरी लोप पावली तरी व्यक्तिभावरहित "मी आहे" ही जाणीव मात्र कायम राहिल. त्यानंतर सर्व गोष्टी म्हणजे फक्त एक कल्पना. मी हे आहे...किंवा मी ते आहे... ही फक्त कल्पनाच आहे. ही कल्पना काही जणांना पटेल आणि काही जणांना पटणार नाही.

परमेश्वर ही सुद्धा एक कल्पनाच आहे. कारण नास्तिक परमेश्वराचे अस्तित्व नाकारू शकतो.

कोणताही गुरु किंवा शिक्षक तुम्हाला सत्य देऊ शकणार नाही. ज्या क्षणी तुम्ही सत्याबद्दल बोलू लागता त्याच क्षणी ते 'कल्पना' बनते.

माझ्या जवळ तुम्हाला देण्यासाठी 'सत्य' नाही. फक्त माझ्या दैनंदिन अनुभवांवर आधारलेली कल्पना मी तुम्हाला देऊ शकतो.

नंतर तुम्ही ती कल्पना पटवून घेणे किंवा न घेणे हे सर्वस्वी तुमच्यावरच अवलंबून आहे.

जर तुम्हाला माझी कल्पना पटली तर तुमची सध्याची परिस्थिती काही प्रमाणात किंवा पूर्णपणे बदलू शकते किंवा तुम्ही माझी कल्पना नाकारून ती बाहेर फेकून देऊ शकता.

तुम्ही माझी कल्पना पटवून घेणे किंवा नाकारणे हे तुमच्या दैवावर व परमेश्वराच्या इच्छेवरच सर्वस्वी अवलंबून आहे.

आनंद

मनुष्य त्याच्या आयुष्यात कसली अपेक्षा करतो ? सुखाची कि आनंदाची !

अगदी मूल म्हणून जन्माला आल्यापासून उपजतच ते मातेचे दूध शोधते, मनुष्य सुखाच्या / आनंदाच्या शोधात असतो. मुलाच्या दृष्टिने आईचे दूध हाच खरा आनंद ! हेच खरे सुख असते.

मोठ्या माणसाच्या दृष्टिने सुख म्हणजे काय असते ? खरे सुख म्हणजे जीवनातील सुख / आनंद नव्हे. तो आनंद किंवा ते सुख जास्त वेळ टिकणारे नसते. कारण सुखामागोमाग न चुकता दुःख येते. जीवनाचा मूळ पाया म्हणजे अनिश्चितता. जीवन म्हणजे एक क्षणभर सुख व लगेच एक क्षण दुःख, सुख, दुःख, सुख दुःख.....

अशा परिस्थितीत मनुष्य ज्याची अपेक्षा करतो ते नेमके कोणते सुख किंवा आनंद असतो ? त्याला हे माहित असते कि नाही. तो शोधतो ती म्हणजे मनाची शांति.

मनाची शांति नेहमीच्या जीवनामध्ये कधीच मिळत नाही (काही वेळा सुख काही वेळा दुःख) परंतु एखाद्याचा जीवनाकडे बघण्याच्या दृष्टिकोनामुळे ती मिळते.

आणि एखाद्याचा जीवनाकडे बघण्याचा दृष्टिकोन म्हणजे त्यांचा इतरांकडे बघण्याचा दृष्टिकोन होय. दररोजचे जीवन म्हणजे दुसऱ्यांबरोबरचे संबंध – तो दुसरा कोणीही असो – माझे आईवडील, मुलगा, शेजारी, माझ्या धंद्यातील संबंधीत किंवा पूर्णपणे न ओळखणारा.'

मनःशांति व सुख मिळवण्याचा एकच मार्ग आहे तो म्हणजे दुसऱ्याकडे बघण्याचा माझा दृष्टिकोन त्याच्याशी मिळता जुळता असणे.

ना-कर्तेपणा

एखादा स्वतःच स्वतःवर नाराज होतो किंवा स्मरणातील एखादी, दुसऱ्याने केलेली कृति आठवल्यामुळे अस्वस्थ होतो. 'माझ्या'तील अहंकार दुखावल्यामुळे मला वाईट वाटते. एखादा दुसऱ्याचा तिरस्कार करतो किंवा दुसऱ्याबरोबर जी वर्तणूक केली त्याबद्दल स्वतःच स्वतःचा तिरस्कार करतो.

एखादा मनःशांतिचा आनंद अनुभवत असताना त्या बद्दलचा विचार त्याच्या मनात येताक्षणीच त्याची मनःशांति भंग पावते.

आणि पुढील विचार कोणता असेल त्यावर कोणाचेही नियंत्रण असू शकत नाही.

एखाद्याचा त्याच्या कृतीबद्दल द्वेष करणे आणि स्वतःच्या दुसऱ्याला दुःख देणाऱ्या कृत्याबद्दल स्वतःचा द्वेष करणे यामुळेच तो अनुभवत असलेली मनःशांति नष्ट होते.

जवळ जवळ २५०० वर्षांपूर्वी बुद्धाने सांगितले आहे कि "घटना घडतात, कृत्ये केली जातात, पण त्यांचा कोणी कर्ता नसतो.

घटना घडतात कोणीही काहीही करत नाही. सर्व घटना अगदी अचूकपणे परमेश्वराने त्याच्या इच्छेप्रमाणे जशा ठरवलेल्या असतात, तंतोतंत तशाच घडतात. (ज्यांना 'परमेश्वर' शब्दाबद्दल तिटकारा / विरोध असतो त्यांच्या समाधानासाठी मी 'वैश्वीक नियम' असा उल्लेख करतो) शरीर-मन असलेले आपण, परमेश्वराची इच्छा पूर्ण करणारे फक्त साधन बनतो.

एखाद्या घटनेमुळे मला दुःख होते कारण असे दुःख होणार हे ठरलेलेच असते. ही घटना कोणामार्फत घडते हे महत्वाचे नाही.

तुमच्या बोलण्यामुळे एखाद्या व्यक्तिला अतिशय तीव्र दुःख होते पण ती व्यक्ति त्यावर तिची ठराविक प्रतिक्रिया देत नाही. उदाहरणार्थ एखादे यंत्र ज्याप्रमाणे उत्तर देईल त्या प्रमाणे, एखादी व्यक्ति पूर्णपणे हे स्वीकारू शकते कि जे घडते ती एक घटना आहे आणि जी परमेश्वराच्या इच्छेनुरुप घडली आहे – कोणाच्याही माध्यमातून ती घडेल. त्यामुळे 'कर्ता' कोण याला काहीही महत्त्व रहात नाही.

सर्व कृति ह्या आपोआपच घडत असतात आणि कोणीही काहीही घडवत नाही असे आपण मान्य केल्यावर आपण कोणालाही दोष देत नाही किंवा स्वतःला किंवा दुसऱ्यांना त्यानी काही केले किंवा काहीही केले नाही म्हणूनही त्यांची निर्भत्सना करत नाही. आपण मिळवलेल्या यशाबद्दल आनंद व्यक्त करतो पण गर्व करत नाही. तुम्हाला तुमच्या वरवर वाटणाऱ्या अपराधी कृत्याबद्दल खेद वाटत नाही वा लाज वाटत नाही किंवा दुसऱ्याबद्दल आकस किंवा शत्रुत्व वाटत नाही.

गर्व, घमेंड, अपराधी भावना किंवा तिरस्कार यांचा अभाव म्हणजे मनःशांति !

मी किंवा दुसरा कोणीही कर्ता नाही. 'परमेश्वर हाच कर्ता आहे' ह्या विचाराचा पूर्णपणे स्वीकार केल्याशिवाय मनःशांति अनुभवता येत नाही.

या विचारसरणीमुळे 'क्षमा' या शब्दाचा अर्थच नाहीसा होतो. कारण कोणी कोणाला क्षमा करायची आणि ती कशाबद्दल ? एकाने दुसऱ्याला क्षमा का करायची जी घटना ईश्वरी संकेताप्रमाणे घडते ?

या विचारधारणेचा महत्त्वाचा फायदा म्हणजे जर तुम्ही कर्ता नाही तर तुम्ही चूक करू शकत नाही आणि त्याहीपेक्षा महत्वाचे म्हणजे तुम्ही पाप करू शकत नाही.

जर तुम्ही असे विचाराल कि "सर्व घटना ह्या जर ईश्वराच्या इच्छेनेच घडत असतील आणि मी त्या घटनांचा कर्ता नाही तर मग मी एक मशीनगन घेऊन लोकांना मारत कां सुटत नाही ?" त्या कृतिबद्दल मला कोणती शक्ति परावृत्त करते ?

जर तुमच्या स्वभावात (जनूत) नसेल तर पहिल्या प्रथम तुम्ही असे करूच शकत नाही.

दुसरे म्हणजे हा दृष्टिकोन तुम्हाला तुमच्या सामाजिक कर्तव्यापासून मुक्त करत नाही. कारण समाज त्या कृत्याकडे 'तुम्ही केलेले

कृत्य' असेच गृहीत धरणार आणि तुम्हाला शिक्षा करणार.

तुम्ही रहात असलेला समाज तुमच्या चांगल्या कृत्याबद्दल तुम्हाला बक्षीस देईल आणि वाईट कृत्याबद्दल शिक्षाही देईल. 'बक्षीस' म्हणजे सुख पण अहंकार नव्हे (कारण हे माझे कृत्य नाही) आणि शिक्षा म्हणजे दुःख पण अपराध किंवा लाज नाही (कारण दोन्ही कृत्ये माझी नाहीत).

प्रारब्ध

प्रत्येक घटना आधीच ठरलेली असते. अगदी गर्भधारणा होण्यापासून, गर्भपात होणे किंवा मूल जन्माला येणे – आणि त्याच्या मृत्युपर्यंत प्रत्येक घटना आधीच ठरलेली असते.

जीवन म्हणजे बंद पेटीत बंदिस्त असलेल्या एखाद्या चित्रपटाप्रमाणे असते. आपण त्या चित्रपटातील एकामागोमाग एक प्रसंग बघतो, परंतु त्या चित्रपटाचा शेवट हा आधीच ठरलेला असतो.

एकाद्या व्यक्तिच्या जीवनात सुख व दुःख किती प्रमाणात असावे हे आधीच ठरलेले असते.

एखाद्याला इजा होते कारण त्याच्या प्रारब्धातच ते लिहिलेले असते. जर तुमच्या प्रारब्धाप्रमाणे इजा होणार नसेल तर या पृथ्वीतलावरची कोणतीही शक्ति तुम्हाला इजा करू शकणार नाही. या उलट जर तुमच्या प्रारब्धामध्ये निश्चितपणे इजा होणार असेल तर या पृथ्वीवरची कोणतीही शक्ति ती घटना थांबवू शकणार नाही.

ठराविक देशातील, ठराविक राज्यातील, ठराविक गावातील, ठराविक शेतातील, ठराविकच झाडाच्या फांदीवरील एखादे पान फक्त ईश्वराच्या इच्छेवरूनच गळून पडते.

एका व्यक्तिचे दुसऱ्या व्यक्तिला, दुसरीचे तिसरीला, तिसरी चौथीचे नेतृत्व करते आणि पुढे हे चालत रहाते असाच आपण विचार करतो. पण प्रारब्धाचा बाण दोन्ही बाजूने टोकदार असतो. चौथी व्यक्ति अस्तित्वात येण्यासाठी तिसरीचे अस्तित्व, तिसरीच्या अस्तित्वासाठी दुसरीचे अस्तित्व व दुसरीच्या अस्तित्वासाठी पहिलीचे अस्तित्व आवश्यक आहे.

जरी पुढे घडणाऱ्या सर्व घटना आधीच ठरलेल्या असतात हे माहीत असूनही त्याचा तुम्हाला काहीच उपयोग होणार नाही. कारण कोणती घटना कोणत्या क्रमाने आधी ठरलेली आहे ह्याचे ज्ञान तुम्हाला असणार नाही.

म्हणून तुम्ही कृति करण्याचा निश्चय करा आणि बाकीचे सर्व ईश्वरावर सोपवा. कारण एखादी इच्छा करणे म्हणजे पदरी निराशा ओढवून घेण्यासारखे आहे.

स्वतंत्र इच्छा

॰॰॰

प्रत्येक माणसाला स्वतंत्रपणे त्याच्या मताप्रमाणे वागण्याची मुभा नसेल तर जीवनाचे हे राहाटगाडगे चालू रहाणार नाही.

माणसाला त्याच्या मनाप्रमाणे वागण्याची जरी मुभा असली तरी काळजीपूर्वक निरीक्षण करता ही मुभा अगदी व्यर्थ असल्याचे आढळून आले आहे.

कारण सर्वजण एखादे काम करण्याचे ठरवतात नंतर खालीलपैकी एखादी गोष्ट घडते.

१) त्या व्यक्तिला त्याचे अपेक्षीत फळ मिळते.

२) त्या व्यक्तिला त्याचे अपेक्षीत फळ मिळत नाही.

३) त्या व्यक्तिला त्याच्या अपेक्षेपेक्षा सर्वस्वी वेगळे बऱ्याच वेळा वाईट पण काही वेळा बऱ्यापैकी चांगले फळ मिळते.

वरील तीनपैकी कोणते फळ त्याला मिळेल यावर त्याचे कोणत्याही प्रकारचे नियंत्रण असत नाही.

जर व्यक्तिला मिळणाऱ्या फळावर त्याचे कोणतेही नियंत्रण नसेल तर त्याच्या स्वतंत्र इच्छेला काय अर्थ राहीला ?

वरील प्रमाणे आणि जास्त महत्वाचे म्हणजे एखाद्याच्या वैयक्तिक अनुभवाप्रमाणे हे अगदी स्पष्ट होते कि स्वतंत्र इच्छा दररोजच्या व्यवहारात उपयोगी पडत नाही. तसेच तत्त्वातही उपयोगी पडत नाही.

तात्त्विक दृष्ट्या जेव्हा आपण एखाद्याची स्वतंत्र इच्छा कशावर अवलंबून असते याचा शोध घेतो त्यावेळी आपण एका अशा निर्णयावर पोहोचतो जो खालील दोन गोष्टीवर अवलंबून असतो.

१) एखाद्याचा वंश

२) एखाद्याची सद्यस्थिती

एखाद्याने कोणत्या माता-पित्यांच्या पोटी जन्म घ्यायचा हे त्या व्यक्तिच्या हातात नसते त्यामुळे त्याचा वंश कोणता असावा ह्यावर त्याचे काहीही नियंत्रण नसते.

तुमचा जेथे जन्म झाला त्या भौगोलिक परिस्थितीवर (देश, शहर वगैरे) तुमचे कोणतेही नियंत्रण नसते आणि तुम्ही ज्या सामाजिक परिस्थितीत (उच्च, मध्यम किंवा खालच्या वर्गात) जेथे तुम्ही पहिल्या दिवसापासून जी परिस्थिती अनुभवता – घरी, समाजात, शाळेत, चर्चमध्ये किंवा मंदिरात. त्यावरही तुमचा ताबा असत नाही. “हे चांगले आहे, हे वाईट आहे....” “हे तुम्ही केलेच पाहिजे. हे तुम्ही करता कामा नये किंवा

ईश्वर तुम्हाला शिक्षा करेल..." जन्मल्यापासूनच परिस्थितीचा भडिमार चालू होतो.

म्हणून जर तुमची स्वतःची इच्छा दोन गोष्टीवर अवलंबून असेल, तुमचा वंश व तुमची परिस्थिती, ज्यापैकी कोणत्याच गोष्टीवर तुमचे नियंत्रण नसते तर खरोखरच ती इच्छा तुमची स्वतःची आहे का?

तुमचा वंश आणि तुमची परिस्थिती कोणी ठरवली? ईश्वराने बनवली म्हणून तुम्ही ज्याला तुमची स्वतःची इच्छा म्हणता ती खरी म्हणजे ईश्वरी इच्छाच असते.

आणि ईश्वराची इच्छा ओळखण्याचा कोणता मार्ग आहे? असे काहीतरी भव्य, सर्वकाळ, सर्व व्यपक असलेले व शुद्र मानवाच्या बुद्धीला आकलन न होणारे प्रकटीकरण.

याही पेक्षा महत्वाचे म्हणजे ईश्वरी इच्छेचा मूळ पाया काय आहे हे जाणण्याची कोणाला जरूर भासते? फक्त त्रिमिती असलेली वस्तू? एखादे साधन? चित्राला चित्रकाराने त्याला का चितारले हे माहित नसते.

म्हणून मी माझे जीवन कसे जगावे? अगदी १०००० वर्षांपूर्वी अश्मयुगापासून आज पर्यंत तुम्हाला आणि मला दररोजचे जीवन म्हणजे परिस्थिती हाताळणे, जी परिस्थिती उद्‌भवेल ती कशी हाताळायची हे ठरवावे लागते आणि जिला आपण आपली स्वेच्छा म्हणतो ती त्या क्षणीच संपुष्टात येते.

दुसऱ्या शब्दात सांगायचे तर तुम्हाला तुमची स्वेच्छा स्वतंत्र नसल्याचे माहीत असूनही ती तुमची स्वेच्छा आहे असे तुम्ही वागले पाहिजे.

हे वागणे ढोंगीपणाचे होणार नाही कां? अजिबात नाही. आपल्याला माहीत आहे कि सूर्य 'उगवत' किंवा 'मावळत' नाही. पण पृथ्वी सूर्याभोवती फिरते, तरी 'सूर्य उगवतो' आणि 'सूर्य मावळतो' असे म्हणताना आपल्याला कोणताही प्रश्न पडत नाही. तसेच आपण स्वेच्छेने वागत आहोत असे दाखवावयाचे जरी खरे पहाता ती ईश्वरी इच्छा आहे हे आपल्याला पूर्णपणे माहीत असते.

या विचारामुळे जे फळ तुम्हाला मिळेल त्यावर तुमचे कोणतेच नियंत्रण नसते हे तुम्हाला पूर्णपणे माहीत असल्यामुळे फळाची कोणतीही आशा तुम्ही करणार नाही. आशा नाही म्हणजे निराशा नाही! भूतकाळाबद्दल पश्चात्ताप नाही, वर्तमानबद्दल कोणतीही तक्रार नाही किंवा भविष्यात काही मिळण्याची अपेक्षा नाही.

एके दिवशी सकाळी एका माणसाला एक पत्र मिळाले. त्यांत लिहिल्याप्रमाणे शहराबाहेर तो रहात होता. तेथील वडिलोपार्जीत जुनी व मोडकळीस आलेली ईमारत त्याच्या मालकीची आहे व अलिकडेच स्वर्गवासी झालेल्या त्याच्या काकानी ती इमारत त्याला बक्षीसपत्राने लिहून दिली होती.

त्यानंतरच्या एका रविवारी ती ईमारत पहाण्यासाठी जाण्याचे त्यांनी ठरविले. वेगवेगळ्या खोल्या बघितल्यावर तो माळ्यावर काय आहे हे पहाण्यासाठी गेला. जुने मोडके – तोडके फर्निचर, जुन्या चादरी आणि बरीच अडगळ यांनी तो माळा भरलेला होता. एका धुळीने माखलेल्या जुन्या चादरीखाली भले मोठे कुलुप लावलेली लाकडी पेटी त्याला सापडली. त्या पेटीत अनेक प्रकारच्या किमती वस्तु असतील अशा तऱ्हेचे विचार गर्दी करुन त्याच्या मनात आले व त्याचे हृदय भरून आले. थरथरणाऱ्या हाताने त्याने एक पाना घेतला आणि पेटीचे ते कुलुप तोडले. पैशाच्या जुन्या नोटांच्या पुडक्यांनी ती पेटी भरलेली पाहून तो आश्चर्याने थक्क झाला! माळ्यावरील एका जुन्या सुटकेसमध्ये त्यांनी त्या सर्व नोटा भरल्या.

दुसऱ्या दिवशी बँकेच्या आपल्या खात्यात त्या भरल्या तर सुरक्षीत राहातील असा विचार करुन तो बँकेत गेला आणि तडक मॅनेजरच्या केबीनमध्ये शिरला. नोटांची पुडकीच्या पुडकी काढून मॅनेजरच्या टेबलावर ठेवता ठेवता त्याने आपल्या उत्तम नशीबाची हकीगत त्याला सांगितली. त्या हुशार व चलाख मॅनेजरने त्याला थोडा वेळ थांबण्यास सांगितले व ते सर्व पैसे त्याने पैसे मोजणाऱ्याकडे सोपवले आणि ते मोजून त्या माणसाच्या खात्यात जमा करण्यास सांगितले.

काही मिनीटे गेली. अस्वस्थ होऊन तो मॅनेजरच्या केबीनमध्ये येरझारा घालू लागला. शेवटी तासाप्रमाणे भासणाऱ्या काही मिनिटानंतर मॅनेजर गंभीर व खिन्न चेहऱ्याने परत आला. त्या माणसाला म्हणाला कि त्या सर्व नोटा बनावट आहेत. प्रत्येक नोट खोटी आहे!

खरोखरच त्या माणसाकडे नोटांची बंडले होती कां ?

होय, होती.

त्याची किंमत किती होती ? शून्य!

तसेच प्रत्येक व्यक्तिला स्वतःची ईच्छा असते का ?

होय. प्रत्येकाला असतेच.

त्याची किंमत किती असते ? शून्य!

का ?

कारण कोठल्याही परिस्थितीत काय करायचे हे त्याने त्याच्या विचाराने त्याला जे वाटते ते त्यांनी करावे. ही पूर्णपणे त्याची स्वतःची इच्छा होय. यानंतर जे घडते ते त्याच्या हातात नसते – त्यावर त्याचे कोणतेही नियंत्रण असत नाही.

"म्हणून मी माझे आयुष्य कसे जगावे ? जणू काही मी माझ्या स्वेच्छेनेच सर्व काही करत आहे अशा आविर्भावात जगावे, पण जे काही पुढे घडणार आहे ते 'माझी इच्छा' नसून ईश्वरी इच्छाच असेल याचे पूर्ण भान त्याने ठेवावे."

अद्वैत

भारतीय अद्वैत तत्त्वज्ञानानुसार अद्वैत याचा शब्दशः अर्थ 'दोन नाही ते' फक्त 'एकच उगम.'

फक्त असते ती जाणीव.

हिंदु धर्मग्रंथात असे सांगितले आहे कि "तुम्ही कर्ता आहात आणि अनुभवसुद्धा तुम्हीच आहात; बोलणारे तुम्हीच व ऐकणारेही तुम्हीच" तुम्ही असा विचार करता कि मी बोलतो आणि तुम्ही ऐकता, किंवा तुम्ही बोलता व मी ऐकतो पण जर आपण दोघेही गाढ झोपेत असलो किंवा गंभीर असलो तर बोलणे किंवा ऐकणे होऊच शकत नाही. म्हणून ती जाणीवच एका माध्यमातून बोलते व दुसऱ्या माध्यमातून ऐकते.

ज्याला आपण जीवन म्हणून संबोधतो त्या चित्रपटाची कथा, दिग्दर्शन व उत्पादन जाणीवच करते. ही जाणीवच या चित्रपटात सर्व पात्रांची कामे करते. पडदाही तिच आणि प्रेक्षकही तीच जाणीव.

ज्याप्रमाणे वीज अनेक प्रकारचे काम करते तद्वत ती एकमेव शक्तिच लक्षावधी तऱ्हेने प्रकट होते आणि जे काही घडणार असते ते घडवते.

मूळात ही शक्ति एकच आहे. परंतु तिचे भिन्न भिन्न अविष्कारात प्रकटीकरण होते आणि यामुळे जीवनात द्वैत निर्माण होते, हे आपल्याला माहित आहे. नंतर एकाचे दोनामध्ये रुपांतर होते आणि दोनाची अनेकविध रूपे तयार होतात.

ईश्वर फक्त चांगल्याच गोष्टी उत्पन्न करतो आणि वाईट गोष्टी उत्पन्न करत नाही? ईश्वर फक्त येशू ख्रिस्त व मदर टेरेसा यानाच जन्म देतो? मग हिटलर आणि ओसामा बीन लादेन यांना कोण जन्माला घालतो? चांगले आणि वाईट दोन्हीही एकाच स्त्रोतामधून उत्पन्न होते.

उगम एकमेवच आहे – ज्यापासून सर्व काही उत्पन्न होते. जर ईश्वर फक्त एक प्रेमाचे प्रतीक आहे तर दुष्ट लोकांना कोणी निर्माण केले? म्हणून आपण असा विचार केला पाहिजे कि ईश्वर म्हणजे एक उगम आहे आणि फक्त एकाच रुपात प्रकट न होता जी दोन किंवा नानाविध रुपात प्रकट होते अशी एक वैशिष्ट्यपूर्ण शक्ति म्हणजे ईश्वर.

आपण फक्त साधने आहोत आणि या साधनांमार्फत कृति घडते. ईश्वर किंवा जाणीव किंवा तो उगम/स्त्रोत त्या त्या साधना-मार्फत कार्य करतो. ईश्वरच संत-महात्मे आणि मनोरुग्णही जन्माला घालतो.

ईश्वराने हिटलरला जन्माला का घातले? ईश्वराने ओसामा बीन लादेनला जन्म का दिला?

याचे कारण या प्रकटीकरणाचा व त्याच्या कार्याचा मूळ उद्देश म्हणजेच आपले द्वैत असलेले जीवन होय; कल्पना करता येण्याजोगा प्रकार सुरू होतो. स्त्री व पुरुष, सुंदर व कुरुप, श्रीमंत व गरीब, चांगली व वाईट माणसे, कृपा व क्रुरता, सुदृढ व अपंग मुले. या द्वैत प्रकाराविना जीवन झालेच नसते हे आपण जाणतो. आपणास हेही माहीत आहे कि हे द्वैत नसते तर जीवन अस्तित्वातच आले नसते. प्रत्येक गोष्टीला त्याचे परस्परसंबंधित द्वैत असणे जरुरीचे आहे.

आपण हे मान्य न करता प्रश्न विचारतो कि "ईश्वराने अपंग मुले का जन्माला घातली? या निष्पाप मुलांनी कोणाचा व कोणता गुन्हा केला?

या प्रश्नाचे उत्तर असे कि ईश्वराने निरोगी मुले जन्माला घातल्यामुळे त्याला अपंग मुले जन्माला घालावी लागली. 'ईश्वराने मनोरुग्ण जन्माला घातले कारण ईश्वराने संत जन्माला घातले.

जगांत कोणतीच अशी गोष्ट अस्तित्वात नाही कि तिच्या विरुद्ध असलेली गोष्ट नाही. जीवनाचा खर अर्थ ह्या द्वैताचा स्वीकार करणे ह्यातच आहे.

अहंकार

अहंकार किंवा मीपणा म्हणजे काय? व्यक्ति व नाव यांनी दर्शविलेले एक स्वतंत्र व्यक्तिमत्व म्हणजेच अहंकार.

तो उगम, व्यक्तिभावरहीत जाणीव, प्रत्येक व्यक्ति मधून स्वतंत्रपणे दर्शवली जाणारी आणि कार्य करणारी जाणीव म्हणजे अहंकार किंवा मीपणा. मीपणा म्हणजे जाणीवेचा दृष्य होणारा भाग, आणि उगम म्हणजे व्यक्तिमत्त्वरहित जाणीव.

अनेक ज्ञानी गुरु अहंकार हा तुमचा शत्रु आहे आणि त्याला नष्ट केले पाहिजे असे सांगतात. पण अहंकारापासून तुम्ही सहजासहजी तुमची सुटका करून घेऊ शकत नाही. अहंकारापासून सुटका करा असे कोणी सांगितले? अर्थात अहंकारानेच! अहंकार आपण होऊन सुटणार नाही.

अहंकारापासून स्वातंत्र्य पाहिजे असे नाही तर आपल्या स्वतःच्या कर्तेपणाच्या भावनेपासून सुटका केली पाहिजे.

ज्ञानी माणसालाही अहंकार असतो. खरे म्हणजे ज्ञानी माणूसच

प्रत्यक्ष अहंकाराचे प्रतिक आहे. ज्ञानी माणूस त्याला हाक मारल्यावर प्रतिसाद देतो. तथापि ज्ञानी माणसाचा अहंकार व सामान्य माणसाचा अहंकार यातील फरक म्हणजे ज्ञानी माणसाच्या कर्तेपणाची भावना पूर्णपणे नष्ट झालेली असते.

श्री. रमण महर्षी सांगतात कि ज्ञानी माणसाचा अहंकार हा जळलेल्या दोराच्या अवशेषासारखा असतो. तो कोठलेही वस्तु बांधण्यासाठी उपयोगी नसतो परंतु ती राख दोरासारखीच दिसते.

ज्याप्रमाणे ॲपेन्डीक्स (मोठया आतड्याचा टोकाचा लहान भाग) काढून टाकल्यावरही त्याचा कोणताही परिणाम न होता आपले शरीर पूर्णपणे कार्यरत असते. तद्वत ज्ञानी माणसातील अहंकार स्वतःच्या कर्तेपणाची भावना पूर्णपणे विसरून कार्य करतो.

ज्ञानी माणूस प्रत्येक घटना ही ईश्वराच्या इच्छेप्रमाणे तंतोतंत घडते हे मान्य करून व स्वतः कर्ता नाही हे पूर्णपणे जाणत असूनही जणू काही तोच कर्ता आहे अशा अविर्भावात कार्य करत असतो.

विचार आणि वैचारिक पद्धत

विचार बाहेरून येतात. अनेक शक्यतेतून एखादी शक्यता विचारात परिवर्तित होते.

पुढील विचार कोणता येईल यावर कोणाचेही नियंत्रण नसते.

जेव्हा अहंकार विचारांत मिसळतो तेव्हा कालांतराने त्याचे रुपांतर कल्पनेत होते. नंतर काल्पनिक काय आहे व काय असावे अशी विचारांची मालिका चालू होते.

अहंकारयुक्त प्रतिक्रिया आणि (जीवशास्त्रीय) नैसर्गिक प्रतिक्रिया

एकाच घटनेबद्दल वेगवेगळे लोक वेगवेगळी प्रतिक्रिया व्यक्त करतात. चार व्यक्ति बसलेल्या कारपुढे वाहतूक सिग्नलपाशी कार उभी राहिली कि एखादा भिकारी आला तर चारही व्यक्ति आपली वेगवेगळी प्रतिक्रिया व्यक्त करतात. प्रत्येकजण भिन्न भिन्न तऱ्हेने व्यक्त होतो. एखाद्याला भिती वाटेल, दुसऱ्याला राग येईल, तिसऱ्याला तिटकारा येईल तर चौथ्याला त्याची दया येईल. प्रत्येक व्यक्ति ही त्याच्या विशिष्ट घडणीप्रमाणे (जनू व परिस्थिती) प्रतिक्रिया व्यक्त करते. ही एक शारिरीक किंवा जीवशास्त्रीय प्रतिक्रिया असते. पण नंतर त्यात अहंकार मिसळल्यामुळे, त्याची जीवशास्त्रीय (नैसर्गिक) प्रतिक्रिया अहंकारयुक्त प्रतिक्रिया बनते.

उदा. प्रथम संताप एक शारिरीक प्रतिक्रिया म्हणून क्षणात उद्‌भवतो, नंतर अहंकारामुळे मी का म्हणून रागवावे? असा विचार करतो, मी का संतापावे, "मला माझ्या डॉक्टरांनी सांगितले आहे कि तुम्ही जर रागावलात तर तुमचा रक्तदाब वाढेल वगैरे...." आणि सर्व तऱ्हेच्या काळज्या व कल्पना सुरू होतात. हे सर्व सामान्य माणसाच्या बाबतीत घडते.

हा विचार येताक्षणीच "जे प्रत्यक्षांत आहे" ते नाहिसे होते (शारीरिक प्रतिक्रिया) आणि मीपणा मुळे काल्पनिक "हे काय असायला हवे होते" (अहंकार युक्त प्रतिक्रिया) अशी प्रतिक्रिया उद्भवते, तसेच काळजीचे रुपांतर चिंतेत आणि अस्वस्थतेचे रुपांतर तीव्र दुःखात होते.

ज्ञानी माणसांतसुद्धा एक नैसर्गिक क्रिया म्हणून रागाचा उद्भव होतो पण तो ज्ञानी माणूस त्या रागाच्या आहारी जात नाही. कर्तेपणाची जाणीव पूर्णपणे नष्ट झाल्यामुळे शारिरीक, मानसिक अशा नैसर्गिक प्रतिक्रियेला अहंपणा प्रतिसाद देत नाही. दुसऱ्या क्षणी एखाद्याने विनोदाने काही सांगितले तर तो ज्ञानी माणूस हसण्यात मग्न होतो.

तसेच ज्ञानी माणसाला एखादी इच्छा होत असेलही, पण तो ज्ञानी माणूस त्या इच्छापूर्तीसाठी तीचा पाठपुरावा करत नाही. त्या ज्ञानी माणसाला हे पक्के माहीत असते कि ती इच्छा जर का ईश्वराची असली तर ती पूर्ण होईलच.

कृतिशील मन आणि वैचारिक मन

कृतिशील मन हे नेहमीच वर्तमानात कार्यरत असते.

उदा. एखादा शल्यविशारद शस्त्रक्रिया करताना त्या कामावर लक्ष केंद्रित करुन तो त्याचे कृतीशील मन वापरत असतो. कृतीशील मन वापरतो म्हणजे पूर्व अनुभवाची सहज आठवण होऊन ती शस्त्रक्रिया कशी उत्तम तऱ्हेने यशस्वी होईल यातच तो मग्न होतो.

जेव्हा वैचारिक मन कार्यरत होते आणि पुढे काय होईल याबद्दल काय होईल – कसे होईल असे भ्रामक विचार करू लागते तेव्हा हातातील कामावरुन लक्ष विचलित होते.

उदा. ज्या रुग्णावर शस्त्रक्रिया करायची आहे ती व्यक्ति जर समजा वजनदार राजकारणी असेल आणि शल्यविशारद जर असा विचार करू लागला कि शस्त्रक्रियेत काही चूक झाली तर त्याच्या परिणामांना त्याला सामोरे जावे लागेल. अशा वेळी त्याचे वैचारिक मन कार्यरत होईल आणि त्या विचारातच तो गुंग झाल्यामुळे शस्त्रक्रियेतून त्याचे मन भरकटले जाईल.

वैचारिक मन नेहमीच भविष्यात / भविष्याचा विचार करत असते किंवा भूतकाळात फिरत असते पण कृतीशील मन हे नेहमीच हातातल्या कामावर लक्ष केंद्रीत करत जरी ते काम भविष्यातील योजनेबद्दल का असेना, तरीही ते नेहमीच वर्तमानाचाच विचार करते.

साक्षात्कार

माझ्या कृतिचा मी स्वतः किंवा दुसरा कोणीही कर्ता नाही ह्या विचाराचा पूर्णपणे स्वीकार करणे म्हणजेच साक्षात्कार. याचा अर्थ असा कि या जगात जे काय घडते ते सर्व ईश्वरी इच्छेप्रमाणेच घडते, आणि प्रत्येक घटनेचे परिणाम ज्या कोणावर होतात ती सुद्धा ईश्वरी इच्छाच असते.

ज्या गोष्टी मी आत्तापर्यंत करू शकलो नाही अशा दररोजच्या जीवनातील कोणत्या गोष्टी या साक्षात्कारामुळे मला करणे शक्य होईल ?

साक्षात्कार तुम्हाला सर्व गुणसंपन्न, कोणतेही वाईट गुण नसलेली व फक्त चांगलेच गुण असलेली अशी आदर्श व्यक्ति बनवणार नाही. साक्षात्कार तुम्हाला पाण्यावरुन चालणे, एकाच वेळी दोन ठिकाणी दिसणे किंवा भविष्यातील घटना पाहू शकणे यासारख्या विशेष शक्तिही देणार नाही.

साक्षात्कार तुम्हाला फक्त मनःशांती देईल.

साक्षात्कार तुमचे जीवन सोपे करणार नाही पण तुमचे जीवन निश्चितपणे साधे – अडचणी विरहित आणि तीव्र तणाव विरहित करेल.

भगवान बुद्ध म्हणाले, "सर्व दुःखांचा अंत म्हणजे 'साक्षात्कार'."

भगवान बुद्धांनी दुःखाचा जो उल्लेख केला आहे ती दुःखे म्हणजे शारिरीक दुःखे नसून ती शारीरिक दुःखे चुकवता येत नाहीत. शारिरीक दुखणी जी एखाद्या व्यक्तिच्या जीवनात योजलेली असतात ती चुकवण्यासाठी कोणताच मार्ग नाही. "माझ्या परमेश्वरा या कठीण प्रसंगात तू मला का सोडून गेलास?" असे येशू खिस्तसुद्धा क्रॉसवर मोठ्याने ओरडून सांगत होते.

भगवान बुद्धांनी ज्या दुःखाचा उल्लेख केला आहे ती म्हणजे कर्तेपणाची जाणीव, चांगल्या कामाबद्दल गर्व आणि घमेंड, दुष्कृत्याबद्दल गुन्हेगारीची किंवा अपराधीपणाची भावना आणि दुसऱ्यांच्या कृत्याबद्दल त्यांचा द्वेष.

सर्व घटना ह्या ईश्वरी इच्छेप्रमाणे घडतात हे सत्य स्वीकारले की गर्वाचे ओझे, उद्धटपणा, अपराधी भावना आणि लाज हे नाहीसे होऊन जाईल आणि मनःशांति लाभेल.

येशू खिस्तांनी (ईश्वराला उद्देशून) म्हटले आहे कि "माझ्या इच्छेप्रमाणे नाही पण (सर्व काही) तुमच्या इच्छेप्रमाणे होईल."

साक्षात्कार झाल्याबरोबर पूर्व नियोजित घटनामध्ये काही

चांगले गुण असतात व काही वाईटही गुण असतात हे अहम् ला पहिल्या प्रथम स्पष्टपणे कळून येते.

साक्षात्कारी माणूस तो स्वतः आणि दुसरा कोणीही 'पूर्ण' नाही हे जाणतो. या जाणीवेपोटी स्वतःसाठी व दुसऱ्यासाठी सहनशीलतेची अत्यंत उच्च प्रतीची भावना त्याच्यामध्ये तयार होते.

साक्षात्कारी माणसाला याची पूर्ण जाणीव होते कि विश्वबंधुत्वाचा खराखुरा अर्थ म्हणजे ईश्वरी इच्छा, ज्यांच्या माध्यमातून कार्यरत होते त्या सर्वांमध्ये बंधुत्वाची भावना प्रकट होणे हा होय.

अक्कल हुशारीने किंवा नुसत्या बुद्धीने विचार करता बहुतांशी, प्रत्येकजण हा दृष्टिकोन मान्य करेल कि ज्यामुळे त्यांच्या कृत्याबद्दलच्या अपराधी भावनांच्या, शरमेच्या आणि दुसऱ्याबद्दल वाटणाऱ्या द्वेषाच्या ओझ्यापासून त्यांची मुक्तता होईल. पण हा दृष्टिकोन नुसता बौद्धिक नसून तो "पूर्णपणे" त्या विचाराचा अंगीकार केला तरच तो उपयोगी ठरतो.

म्हणून मी कर्ता नाही हे पूर्णपणे स्वीकारण्यासाठी मी काय केले पाहिजे ? याचे उत्तर म्हणजे "काही करायचे नाही" जर का मी कर्ता नाही तर मी काही करण्याचा प्रश्नच कुठे येतो ? ईश्वरी इच्छेमुळे आणि तुमच्या प्रारब्धामुळे जे घडणार असते तेच फक्त घडते.

परंतु निराश होण्याचे काहीच कारण नाही. पहिल्या प्रथम, तुम्ही धार्मिक उपाय करण्याची जरुरी नाही. तो ईश्वराने

(आधीच) केला आहे. कारण जे काही घडले आहे ते तुमच्या प्रारब्धाप्रमाणे आणि ईश्वरी इच्छेप्रमाणेच घडले आहे. जर ईश्वराने तुम्हाला इतके दूरवर आणलेले आहे तर तो तुम्हाला असा मधेच कसे सोडून देईल? म्हणून तुमचा ग्लास 'अर्धा भरला आहे' आणि 'अर्धा रिकामा नाही' असा विचार करा.

परंतु ईश्वर त्याच्या मनाची तयारी करेपर्यंत तुम्हाला धीर धरावा लागेल व तुम्हाला काहीतरी करावे लागेल आणि ते काहीतरी म्हणजे स्वतःचे आत्मपरिक्षण करणे. मी सुचवलेली ही एकच पद्धत आहे.

आत्मपरिक्षण

एकाच आध्यात्मिक उपायाची मी शिफारस करतो ती म्हणजे आत्मपरिक्षण करणे. ही अगदी सोपी पद्धत असून दिवसातील कुठल्याही वेळी ती आपण करू शकतो आणि तुम्ही सध्या करत असलेल्या दुसऱ्या पद्धतीमध्ये भर म्हणूनही हा उपाय आपण करू शकता.

तुम्हाला येवढेच करायचे कि प्रथम तुम्ही आरामात आहात याची खात्री करुन घ्या आणि ज्या वेळी तुम्हाला असे वाटेल कि तुमच्या आरामदायी अवस्थेत कोणताही व्यत्यय येणार नाही, अशा वेळी खुर्चीत आरामात बसा. तुम्हाला वाटले तर तुम्ही तुमच्या आवडीचे एखादे पेय सुद्धा घेऊ शकता.

नंतर दिवसांत घडलेल्या सर्व घटना आठवा. हे केल्यावर तुमची खात्री पटेल की बऱ्याचशा घटना आपोआपच घडल्या. तुमचे कोणतेही नियंत्रण त्या घटनांवर नव्हते. ह्या सर्व घटनामध्ये तुम्ही फक्त एक लहानसा भाग होता.

नंतर बाकीच्या घटनांमधून ज्या घटनेसंबंधी तुमची खात्री पटेल कि खरोखरच ती तुमची आहे, ती घटना निवडा.

नंतर त्या घटनेचे निरीक्षण करा आणि ती खरोखरच तुमची घटना आहे का? असा प्रश्न विचारा. ती घटना ठराविक वेळी घडेल असा विचार तुम्हाला आला होता का? किंवा ती घटना घडली कारण तुम्ही तसा विचार केला होता वगैरे कि त्या विचारामुळे ती घटना किंवा ती कृति तुम्ही केलीत का? जर का असा विचार केला नसता तर तुमची ती कृति/घटना घडली नसती आणि तो विचार येण्यावर तुमचे कोणतेही नियंत्रण नव्हते. म्हणून तुम्ही ती कृति तुमची आहे असे कसे म्हणू शकता?

तुम्ही काही पाहिले असेल, काही ऐकले असेल, काहींची चव घेतली असेल, काहींचा वास घेतला असेल, काहीना स्पर्शही केला असेल, कि ज्याचा परिणाम म्हणून ती कृति घडली असेल.

जर तुम्ही एखाद्या जागी ठराविक वेळी उपस्थित नसाल, आणि काही पाहिले व ऐकले नसेल, वास व चव घेतली नसेल किंवा स्पर्शही केला नसेल तर ती कृति घडली नसती, आणि त्या ठराविक वेळी तेथे तुम्ही उपस्थित असण्यावर आणि काही घटना घडण्यावर, बघण्यावर, ऐकण्यावर, वास घेण्यावर, चव घेण्यावर किंवा स्पर्श करण्यावर तुमचे नियंत्रण नव्हते.

म्हणून जर का तुमचे नियंत्रण ती कृति घडण्यावर नसेल तर तुम्ही ती घटना/कृति तुमची कशी म्हणूं शकाल?

ती कृति तुमची नाही अशा निष्कर्षाप्रत तुम्ही निश्चितपणे पोहचू शकता.

तुमची जाणीव अगदी खोलवर पोहचेपर्यंत तुमच्या कृतींचे निरीक्षण करण्याचे चालूच ठेवा, "माझी कृति नाही, माझी कृति नाही, माझी कृति नाही......" जोपर्यंत कुठलीही कृति तुमची नाही ह्याची पूर्ण खात्री होत नाही तोपर्यंत.

आणि नंतर 'मी कुठल्याही कृतिचा/घटनेचा कर्ता नाही" याचा अनुभव अचानक येईल. हा अनुभव कुठल्याही क्षणी येऊ शकतो फक्त तुम्ही निरीक्षण करत असता त्या वेळीच येईल असे नाही. एकदा त्याचा (मी कर्ता नाही) पूर्णपणे स्वीकार केल्यानंतर कुठल्याही शंका किंवा प्रश्न उरत नाहीत.

साक्षात्कार ही अचानक घडणारी घटना असते, का हळूहळू घडणारी असते ? ही एक, जीना पायरी पायरीने चढण्या सदृश्य घटना असते. साक्षात्कार अचानक ९९ व्या किंवा शंभराव्या पायरीवरही घडू शकतो. पण तोपर्यंत तुम्ही हळूहळू त्या पायऱ्यांवर चढत राहिले पाहिजे.

उगमच सर्व काही आहे याची अगदी स्पष्ट जाणीव म्हणजेच साक्षात्कार.

मुक्ति म्हणजे दररोजच्या जीवनात या जाणीवेचे भान ठेवणे होय. प्रत्येक परिस्थिती आपल्याला योग्य वाटेल अशा तऱ्हेने हाताळणे आणि बाकीचे सर्व परमेश्वरावर सोडणे.

साक्षात्कार अचानक होतो पण त्याचा दृष्य परिणाम सावकाश होतो. मी कोणत्याच कृतिचा कर्ता नाही हा विचार आकस्मिक असतो पण दररोजच्या जीवनात मी कर्ता नाही याचा पूर्णपणे स्वीकार मात्र हळूहळू व सावकाश होत असतो.

हे ड्रायव्हिंग शिकण्यासारखे आहे. ड्रायव्हिंगचे लायसन्स मिळविणे हा एक भाग आणि एक कुशल ड्रायव्हर म्हणून खूप वाहातूक असलेल्या रस्त्यावरुन कुशलतेने ड्रायव्हिंग करू शकणे याला काही काळ जावा लागतो. यानंतर काही महिन्यांनी एक दिवस असा येईल व तुम्ही मागे वळून विचार करताना तुम्हाला हे जाणवेल कि कुठलाही मानसिक ताण-तणाव न येता तुम्ही खूप वाहातूक असलेल्या रस्त्यावरुन सहजपणे गाडी चालवली.

मुख्य स्त्रोताशी संलग्न राहाणे

मुख्य स्त्रोताशी संलग्न राहाणे म्हणजे कोणत्याही क्षणी आनंद व दुःख याची परवा न करता नेहमी या गोष्टींचे भान ठेवणे कि "मी" (ही जाणीव 'अहंपणा' च्या रुपात) म्हणजे 'ती' व्यक्तिभावरहित जाणीव आहे. म्हणजेच तो स्त्रोत.

'तो' (स्त्रोत) म्हणजे मी, तो आणि ती. आपण फक्त ज्या मधून 'तो' कार्य करतो ती साधने आहोत.

कोणीही त्याच्या कृत्याचा कर्ता नाही याची सातत्याने पूर्ण जाणीव असेपर्यंतच त्या मुख्य स्त्रोताशी संबंध राहातो.

एखाद्या विचारांत गढून गेल्यामुळे आणि दुसऱ्याच्या माझ्याबरोबरच्या वागणूकीमुळे त्यांना दोष देताना व त्यांची निंदा करायला लागल्यावर त्या स्त्रोताशी असलेला संबंध तुटतो.

ज्या वेळी 'हे" करण्याची सध्याच्या परिस्थितीत आवश्यकता आहे, जी नेहमी "त्याची" इच्छा असते तेवढेच आपण करावयाचे.

साक्षात्कार म्हणजे जे जे काही घडते ती ईश्वरी इच्छा आहे हे पूर्णपणे मान्य करणे, ज्यावेळी आपण ह्या भावनेबरहुकुम सर्व काळ त्या मुख्य स्त्रोताशी संबंध जोडून ठेवतो त्यालाच मुक्ति म्हणतात.

प्रार्थना

'ईश्वराला शरण जाणे' किंवा 'ईश्वराला सर्वस्व अर्पण करणे' ह्या भारदस्त शब्दांचा खराखुरा अर्थ काय? काय अर्पण करायचे? मनुष्यप्राणी काहीही न आणता जन्माला येतो व तसाच मरण पावतो, असे असल्यामुळे ईश्वराला अर्पण करण्यासारखे त्याच्याकडे काय असते? फक्त त्याच्याकडे असलेली कर्तेपणाची भावना तो ईश्वराला अर्पण करू शकतो.

जर सर्व जे काही घडते ते सर्वच ईश्वरी इच्छेप्रमाणेच घडते असे आपण ठामपणे मान्य केले तर प्रार्थना याचा संदर्भच नाहीसा होतो.

जे आधीच ठरलेले आहे ते प्रार्थनेमुळे कसे काय बदलू शकते? तुमच्या प्रार्थनेला प्रतिसाद द्यायचा का नाही हे पूर्वीच ठरलेले असते.

बरेच वेळा आपण प्रार्थना करतो ती प्रार्थना म्हणजे ईश्वराने आपल्यावर काहीतरी कृपा करावी अशा याचनेच्या स्वरुपाची असते.

आपली प्रार्थना ही कृतज्ञतेच्या स्वरुपाची असली पाहिजे.

अतिशय दरिद्री माणसाला सोसाव्या-भोगाव्या लागणाऱ्या तीव्र त्रासाच्या – दुःखाच्या यातनांच्या तुलनेत आपल्याला भोगाव्या लागणाऱ्या यातना सौम्य आहेत असे समजून त्यासाठी आपण परमेश्वराचे आभार मानले पाहिजेत.

अंतीम प्रार्थनाः परमेश्वरा ! मला अशी मानसिक स्थिती दे कि ज्यामध्ये मला कोणाहीकडून काहीही मागण्याची जरुर भासणार नाही, तुझ्याकडून सुद्धा !

हे सत्य आहे कि ईश्वराची इच्छा ही सर्वकाळ
आणि सर्व परिस्थितीत कार्यरत असते.
कोणीही व्यक्ति त्याच्या स्वतःच्या विचाराने
काहीही करू शकत नाही.
त्या दैवी प्रेरणेची शक्ति अनुभवा आणि शांत रहा.
ईश्वर प्रत्येकाची काळजी घेत असतो.

— रमण महर्षी

समारोप

रमेश नेहमी असे सांगतात कि खरे सुख म्हणजे दुःखाचा अभाव. साधकाला खोटी आशा न दाखवण्याचा हा नकारात्मक विचार ते पसंत करतात. म्हणून नेहमी भगवान् बुद्धाचे वचन सांगतात – "साक्षात्कार म्हणजे सर्व दुःखाचा शेवट" कारण त्यावेळी मिळवण्यासारखे काहीच शिल्लक रहात नाही.

शारिरीक दुःखाबद्दल बोलताना ते नेहमी रमेश त्यांना बरेच वर्ष होणाऱ्या अर्धशिशीच्या त्रासाचे उदाहरण सांगतात. एक दिवस त्यांना अनुभव आला की सबंध दिवसभरात त्यांना अर्धशिशीचा त्रास झाला नाही आणि त्यांना समजले कि कोणत्याही सुखाची किंवा आनंदाची त्या अर्धशिशीचा त्रास न होण्याच्या सुखद घटनेची तुलना करता येणार नाही. म्हणून ते नेहमी सांगतात कि दुःखाचा अभाव म्हणजेच सर्वात मोठे सुख !

आणि प्रत्येकाचा हा अनुभव असतो, कारण जेव्हा आपण दुःख सोसत असतो त्यावेळी आपल्या सर्वांनाच ते दुःख संपावे असे वाटते – आणि ते संपावे अशीच प्रार्थना आपण खरोखर करत असतो. त्याक्षणी जास्त सुखासाठी आपले मन खरोखरच विचार

करत नाही. जर परमेश्वराने दुःख विरहित जीवन देण्याचे आपणाला आश्वासन दिले, अशा अटीसहीत कि सुख सुद्धा नसेल तर मला खात्री वाटते कि बऱ्याच लोकांनी ते पसंत केले असते. (विशेषतः ज्या लोकांनी त्याच्या जीवनांत भयंकर दुःख भोगली असतील त्यांनी) परंतु हे असे जीवन जगणे म्हणजे सुखांचा आस्वाद घेणे व त्याचबरोबर दुःख भोगणे. आपली फक्त एकमेव अशी इच्छा आहे की कोणतीच गोष्ट शाश्वत टिकत नाही हे पूर्णपणे माहीत असूनही, हे सर्व आपण शांत मनाने करू शकू आणि त्याच ठिकाणी माझ्या शिकवणीचा संदर्भ येतो – याचा आपल्या दररोजच्या जीवनावर होणारा परिणाम म्हणजे जीवनाच्या प्रवाहाबरोबर जाणे. आपल्या दररोजच्या जीवनाशी संबंध नसला तर त्या शिकवणीला काय अर्थ राहिला ? ती शिकवण आपल्या स्वतःच्या अनुभवाच्या अग्नीमध्ये तावून सुलाखून घेणे आवश्यक आहे.

रमेश यांना एका शिष्याने सांगितले कि त्यांनी इतके दुःख सोसले आहे कि त्याला असे वाटत होते कि तो तुरुंगातच होता आणि आश्चर्य वाटत होते कि तरीही त्याला जीवन जगावेसे वाटत होते. रमेश यांनी असे सांगितले की खरोखरच आपण सर्वजण आपल्या जनू (जीन्स) आणि संस्कार यांचे कैदी आहोत. यात मुख्य मुद्दा असा आहे कि जेव्हा आपण दुसऱ्याच्या कृत्याबद्दल त्यांना दोष देतो किंवा जेव्हा आपण केलेल्या कृत्याबद्दल दुसऱ्यांना दोष देतो व त्यांची निंदा नालस्ती करतो कि ज्यामुळे ते दुखावतात, तेव्हा आपली साधी कारावासाची शिक्षा आपणच सश्रम कारावासाच्या शिक्षेत बदलतो आणि आपणच दुःख भोगतो.

रमेश सांगतात त्याप्रमाणे जीवन हे एखाद्या सतत वाहाणाऱ्या खोल नदीसारखे असते आणि प्रवाहाच्या विरुद्ध जाण्यापेक्षा प्रवाहाबरोबर जाणेच सोपे असते. माझ्या ऑफिसमध्ये, रमेश याच्या सत्संगामध्ये भेटलेल्या एका माणसाने मला, मी आतापर्यंत ऐकलेल्या सत्य घटनाच्या पेक्षा वेगळी त्यांनी सांगितलेली त्याच्या जीवनातील घडलेली सत्य घटना आठवली. साधारण साठीचा तो माणूस न्यूझीलंडमध्ये खेडेगावात राहात होता. त्यांनी सांगितले की ज्यावेळी पूर्वी तो मुंबईत आला असताना त्याने रमेशांना असे विचारले कि मी परत गेल्यावर मनन करू शकेन असा उपदेश मला द्या, रमेश त्याला म्हणाले "जीवन असेच वाहात राहू दे" जेव्हा तो परत घरी गेला त्यावेळी तेथे काय काय घडले ते त्यांनी पाहिले ! त्या ठिकाणी तर अचानक पूर आला होता आणि त्याच्या घराचा बराचसा भाग वाहून गेला होता. अशा परिस्थितीमध्ये तो मदत कार्यांत कोणतीही मदत करू शकला नाही. परंतु त्याला हसू आले आणि त्या परिस्थितीत गुंतून न जाता जे काही घडत होते त्याचे एखाद्या तिऱ्हाईताप्रमाणे तो निरीक्षण करत होता. त्याची पत्नी मात्र सुखी नव्हती हे सांगणे न लगे !

जीवन तसेच चालू राहू दे: पुढल्या क्षणी घडणारी घटना सुखद किंवा दुःखद असेल हे तुम्ही कधीच जाणू शकणार नाही. परंतु काहीनाकाही घडेल हे निश्चित ! आणि असे जे घडेल त्यावेळी ही शिकवण तुम्हाला उपयोगी पडेल आणि प्रवाहाविरूद्ध जाण्यापेक्षा प्रवाहाबरोबर जाणेच श्रेयस्कर होईल.

"तुम्ही तुमचे प्रयत्न सोडता कामा नयेत.
सत्य हे आपोआपच प्रगट होईल.
शांत राहा. जीवन असेच वाहात राहू दे."
– रमेश बालसेकर

आभार

ज्यांनी मला माझा मार्ग प्रकाशमय केला अनेक वर्ष मी त्यांनी सांगितलेल्या उपदेशापेक्षा, न सांगितलेल्या उपदेशांचा मी जास्त आनंद घेतला आणि ह्या प्रवासाचे वर्णन करणे शब्दांच्या पलिकडे आहे. त्या रमेशांचे मी आभार मानतो.

एकहार्ट यांनी दिलेल्या अमूल्य अशा आध्यात्मिक विलक्षण अनुभवाबद्दल.

श्री. जस्टीस दुधाट यांनी सुरूवातीच्या काळात दिलेल्या पाठिंब्याबद्दल.

माझी आई संतोष हिने दिलेल्या अमूल्य पाठिंब्यासाठी आणि त्यापेक्षा महत्त्वाचे तिचे माझ्याबरोबर असणे याबद्दल.

शीव शर्मा यांनी हे पुस्तक प्रकाशन करण्यात केलेली मदत आणि केलेल्या उत्तम मार्गदर्शन याबद्दल.

माझ्या भगिनी शीबानी आणि निकी यांनी वर्षानुवर्षे दिलेल्या पाठिंब्याबद्दल.

गिरीश जठार आणि संजय मालंडकर यांनी पुस्तकाच्या मांडणीसाठी व डीटीपीच्या कामासाठी मनापासून केलेल्या प्रयत्नांसाठी.

चैतन्य बालसेकर यांनी प्रेमळपणे दिलेल्या प्रोत्साहनासाठी.

गॅरी रोबा यांनी केलेल्या सखोल अभ्यासपूर्ण व उपयुक्त सुचनांसाठी.

मेरी कॉक्स यांनी ल्यूट वॅरकेन यांनी काढलेला रमेश यांचा फोटो दिल्याबद्दल.

रमेश बालसेकर यांची इतर पुस्तके
योगी इंप्रेशन द्वारा प्रकाशित

दि रमेश बालसेकर कलेक्टर्स सेट (२०१०)

दि एंड ऑफ डुएलिटी (२००९)

अद्वैत ऑन झेन एंड ताओ (२००८)

९० स्टेप्स टू वननेस – विजडम डेक (२००७)

दि ओनली वे टू लिव (२००६)

लेट लाइफ फ्लो (२००५)

द वन इन द मिरर (२००४)

द सीकिंग (२००४)

द हैपनिंग ऑफ ए गुरुः ए बायोग्राफी (२००३)

पीस एंड हार्मनी इन डेली लिविंग (२००३)

द अल्टीमेट अंडरस्टँडिंग (२००१)

For information on Ramesh Balsekar, visit:
www.rameshbalsekar.com

For information on Gautam Sachdeva, visit:
www.gautamsachdeva.com

The author may be contacted on email:
mails@gautamsachdeva.com

For further details, contact:
Yogi Impressions Books Pvt. Ltd.
1711, Centre 1, World Trade Centre,
Cuffe Parade, Mumbai 400 005, India.

Fill in the Mailing List form on our website
and receive, via email, information on
books, authors, events and more.
Visit: www.yogiimpressions.com

Telephone: (022) 61541500, 61541541
E-mail: yogi@yogiimpressions.com

Join us on Facebook:
www.facebook.com/yogiimpressions

गौतम सचदेवा यांची योगी इम्प्रेशनस्ने प्रसिद्धी केलेली काही पुस्तके (In English)

द् बुद्धाज् सोर्ड

जीवनातील दुःखाचा नाश करुन खरे सुख मिळवणारी.

हे पुस्तक समजण्यास सोपे असून या पुस्तकात दररोजचे जीवन कसे बनले आहे आणि आपण जीवनांत नेमके काय शोधत असतो त्याचा पायरीपायरीने काळजीपूर्वक शोध घेतला आहे. मनःशांतीद्वारे खऱ्या सुखाचा मार्ग यांत दाखवला आहे.

गौतम सचदेवा, अद्वैत वादातील एक अधिकारी व्यक्ति रमेश बालसेकर यांना पहिल्या प्रथम फेब्रुवारी २००० मध्ये भेटले आणि त्यानंतर दर रविवारी होणाऱ्या त्यांच्या प्रवचनांना ते उपस्थित राहू लागले. नऊ वर्षांच्या काळात रमेश यांच्याशी त्यांची जवळीक झाली आणि त्यांच्या अनेक पुस्तकांचे संपादन व प्रकाशन करण्यासाठी गौतम यांनी रमेश यांना मदत केली. मधल्या काळात गौतम यांनी "योगी इंप्रेशनस्" ही संस्था स्थापन केली.

एक्सप्लोज्न ऑफ लव्ह

ओरोबोरस / सेन्टॉर / नरीसेस् / जोन ऑफ आर्क आणि २६/११ चा मुंबईवर झालेला अतिरेकी / दहशतवादी हल्ला अशा कठीण वेळी या सर्वांच्या मुळाशी दडलेला आपल्याला दिलेला कोणता संदेश असेल?

आधुनिक काळातील भारतीय तत्त्वज्ञानाचा अद्वैत वादावरील अधिकारी व्यक्तिच्या शिकवणीचा लेखकावर जो परिणाम झाला त्यातून लिहिलेल्या व अनपेक्षित विनोद असलेल्या निबंधांचा संग्रह तयार झाला.

गौतम यांच्या जीवनातील अनुभवांची शहानिशा या शिकवणीमुळे परत एकदा झाली. खरी क्षमा, इच्छा, जीवन व मृत्यु या विषयांवरील अमुल्य असे धडे या पुस्तकातून प्रतीत झाले आहेत. २६/११ या दिवशीच्या अतिरेकी हल्ल्याबद्दलच्या निबंधातून एकत्रितपणे हे दिसून येते. सध्या आपण राहात असलेल्या बंडखोर जगाला एक महत्त्वाचा धडा यातून दिला आहे. या लिखाणाच्या गाभ्यात एक विश्वव्यापी संदेश दडलेला आहे. खरे प्रेम आणि क्षमा यांचेबद्दलचे डोळे उघडणारे चित्र यात रंगवलेले आहे. ह्या दोन शक्तिंचा सरते शवेटी सर्व मंगल होण्याचा उपाय सुचवतात.

ज्यांना नुसते पुस्तकी ज्ञान मिळवावयाचे नसून दररोजच्या जीवनांत अद्वैत विचारांचा प्रभाव कसा पडतो हे जाणून घ्यावयाचे असेल त्या प्रत्येकाने वाचलेच पाहिजे असे हे पुस्तक आहे.

www.ingramcontent.com/pod-product-compliance
Lightning Source LLC
Chambersburg PA
CBHW031651040426
42453CB00006B/270
* 9 7 8 9 3 8 2 7 4 2 1 7 3 *